ரத்னா வெங்கட்

இயற் பெயர் ரத்னா. பிறப்பிடம் புதுக்கோட்டை. கணவரின் பணி காரணமாக பல நகரங்களில் வசித்தவரானாலும் கடந்த ஆறு வருடங்களாக வசிப்பது பெங்களூரில்.

படித்தது முதுகலை வணிகவியல் மற்றும் இளங்கலை கல்வியியல். ஆசிரியராக ஆக வேண்டுமென்ற கனவு கனவாகவே போக, குடும்பப் பொறுப்புகளில் உருண்டோடிய காலம், பிறிதொரு கணத்தில் இந்தா பிடித்துக்கொள் என சிறு விரல் நீட்ட, விடாது பற்றிக்கொண்டு தனக்கென முகவரி தேடி எழுத ஆரம்பித்ததே கனவு நனவான கதை.

அமைதி தனிப்பட்ட குணம். தனிமை விரும்பி. புத்தகங்களே உற்ற நட்பு.

சங்க இலக்கியத்தில் ஆர்வம் உண்டு. *முல்லை முறுவல்* என்ற முல்லைப் பாடல்கள் தொகுப்பு நட்புகளின் பங்களிப்புடன் வெளியானதே தொடக்கம்.

தனித்தொகுப்பு *'காலாதீதத்தின் சுழல்'* 2021 மார்ச் மாதம் படைப்பு குழுமத்தின் மூலம் வெளியானது. பரிதி பதிப்பகத்தின் படித்துறை அறக்கட்டளை சிறந்த கவிதைத் தொகுப்பாக தேர்ந்தெடுக்கப்பட்டது.

இரண்டாவது தொகுப்பான *'மீச்சிறு வரமென...'* பரிதி பதிப்பகம் மூலம் 2022 மார்ச் மாதம வெளியிடப்பட்டது.

மூன்றாவது தொகுப்பு *'கின்ட்சுகி'* திரு. ஸ்ரீ. என். ஸ்ரீவத்ஸா அவர்களுடைய ஆங்கில மொழிபெயர்ப்புடன் ஜூலை 2022 இல் புஸ்தகா பதிப்பகம் மூலம் வெளியிடப்பட்டது.

நான்காவது தொகுப்பான *'மாற்றேலோர்'* கோதை பதிப்பக வெளியீடாக ஜனவரி 2023 இல் வந்தது.

'மெல்லச் சிதறு...' இவரது ஐந்தாவது தொகுப்பு.

மெல்லச் சிதறு...

கவிதைகள்

ரத்னா வெங்கட்

பரிதி பதிப்பகம்

மெல்லச் சிதறு...
கவிதைகள்
© ரத்னா வெங்கட்
உரிமை: ஆசிரியருக்கு

முதல் பதிப்பு: டிசம்பர், 2024
வெளியீடு: பரிதி பதிப்பகம்,
56 C/128, பாரத் கோயில் அருகில், ஜோலார்பேட்டை,
திருப்பத்தூர் மாவட்டம் – 635 851
தொடர்பு: 72006 93200, 80983 30133
மின்னஞ்சல்: parithijpt@gmail.com

வடிவமைப்பு: பா. ஜீவமணி
அச்சாக்கம்: ஏ.கே.எல் பிரிண்டர்ஸ், சென்னை

விலை: ரூ. 150

Mella Sidharu

Poems
© Rathna Venkat
All rights reserved.

First edition: December 2024
Pubished by: Parithi Pathippagam
56 C/128, Barath Koil (Near), Jolarpet,
Tirupathur District – 635 851
Contact: 72006 93200, 80983 30133
email: parithijpt@gmail.com

Design: B. Jeevamani
Printed at: AKL Printers

Price: ₹ 150

ISBN: 978-81-983878-2-0

சமர்ப்பணம்

அன்பின் வேர்களான
அம்மா, அப்பா

மனசாட்சியின் குரல்களான
கணவர் மற்றும் பிள்ளைகளுக்கு

உள்ளே...

□ ரசனையுரை – ரவிசுப்பிரமணியன் 9 □ நுரை குமிழிகளுக்குள் மலையளவு உப்பு – ஆத்மார்த்தி 11 □ என்னுரை 15

▪ அசரீரி 21 ▪ துளி நதி 22 ▪ அந்தம் 23 ▪ பாதரசத்துளிகள் 24 ▪ வன்மம் 25 ▪ பளு 26 ▪ பரியந்தம் 27 ▪ தண்டனை... 28 ▪ யாசகம் 29 ▪ தொன்மச் சிறகு 30 ▪ பூசல் 31 ▪ கண்ணி 32 ▪ சந்தேகம் 33 ▪ சொல்லேன்... 34 ▪ உலர் வெளி 35 ▪ தாக்கம் 36 ▪ மறந்தாற் போலவே... 37 ▪ விழி வழி 38 ▪ விளையாட்டு 39 ▪ திருப்பம்... 40 ▪ ஒட்டுத் தையல் 41 ▪ காரணி 42 ▪ அகால தரிசனம் 43 ▪ எப்போது? 44 ▪ உத்தேசம் 45 ▪ முகவரி 46 ▪ அநாமதேயன் 47 ▪ அறியாப்பிழை 48 ▪ பரிகாரம் 49 ▪ அவஸ்தை 50 ▪ ரகசியம் 51 ▪ ஓரிழை 52 ▪ உபசாரம் 53 ▪ உதாரணம் 54 ▪ போதம் 55 ▪ you have lost it dear... 56 ▪ அற்பாயுள்... 57 ▪ பேரமைதி 58 ▪ உத்வேகம் 59 ▪ அநாயாசம் 60 ▪ பழக்குதல் 61 ▪ உன்னதம்... 62 ▪ விபரீதம் 63 ▪ மாற்றம் 64 ▪ வேறுலகத் தொடர்பு 65 ▪ சூழல் 66 ▪ கூண்டு 67 ▪ சமாதானம் 68 ▪ தள்ளுபடி 69 ▪ இங்கிதம் 70 ▪ ஒன்றே சிவம் 71 ▪ மெல்லச் சிதறு 72 ▪ வஞ்சம் 73 ▪ சாபம் 74 ▪ நினைவாய்... 75 ▪ சாக்கு 76 ▪ இளமை 77 ▪ குமிழி 78 ▪ விரயம் 79 ▪ சுயமி 80 ▪ ஆதூரம்... 81 ▪ கணிப்பு 82 ▪ வலைப் பின்னல் 83 ▪ கொடை 84 ▪ இரட்டை 85 ▪ என்னை... 86 ▪ விடியல் 87 ▪ விட்டும் விடாது... 88 ▪ நன்மை 89 ▪ பொய் 90 ▪ மா(நா)ற்றம்? 91 ▪ புலன் மயக்கம் 92 ▪ ஒற்றைப் பொய்தான்... 93 ▪ நிர்ப்பந்தம் 94 ▪ இன்னும் ஒருமுறை சொல் 95 ▪ சீண்டல் 96 ▪ சந்தர்ப்பம் 97 ▪ இடை வெளி 98 ▪ வட்டம் வரைக... 99 ▪ தேடினால்... 100 ▪ இனியில்லை 101 ▪ சாகசம் 102 ▪ புரட்சி 103 ▪ வெற்று மொழி 104 ▪ பசப்புதல் அறியாது... 105 ▪ பேதமை 106 ▪ திரிபு 107 ▪ மாறாட்டம் 108 ▪ வாழ்க்கை 109 ▪ தோற்றப்பிழை 110 ▪ உனக்கென்ன...? 111 ▪ நம்பிக்கை 112 ▪ சும்மா 113 ▪ என் இறையே... 114

ரசனையுரை

– ரவிசுப்பிரமணியன்

"சாரலடிக்கிற வெளியில்
மூட்டம் கலைக்கிற
வெய்யில் உறைக்க
சிறு பொழுதுகளின்
அளப்பரிய இதம்
குற்றம், குறைகள்
குறுகுறுப்பற்ற மகிழ்வாய்
உணர்வதெப்போது?"

எதிலேனும் முழுமையான மகிழ்ச்சி சித்தித்துவிட்டால் வானேகிய பின்னா சொர்க்கம் வேண்டும்! அப்படி வாய்க்காதது சாபம்தான். தானே வலிந்து வலிந்து நல்லது செய்யும் மெல்மனமே வாதாங்காய் கல் நசுக்கலாய் பச்சையம் தெறிக்கத் தெறிக்க அடிவாங்கும். நல்லதும் கெட்டதும் பொய்யும் மெய்யும் இல்லாத வாழ்வு போலவே வலியில்லா வாழ்வுமில்லைதான்.

"கொட்டித் தீர்ந்த பின்
வான் தெளியலாம்
காய்கிற வரையில்
குழம்பித்தான் கிடக்கும்
சகதியான நிலம்"

என கவி இப்படியெல்லாம் அதை மொழியில் பெயர்க்கையில் மெல்லிய திரையின் முன் மண்டியிட்டு – உள் அமர்ந்த நல்பாதிரியிடம் பகிர்ந்த பின் வரும் ஆறுதலை மொழியே படைப்பின் வழி வழங்கிவிடுகிறது. அதனால்தான் இப்படி எழுதிவிடவும் முடிகிறது.

> "அமர்ந்து ஆடுதற்கான
> ஆசையைத் தொலைத்த பிறகே
> வாங்கிவைக்க முடிகிறது
> அலங்காரமாக ஓர் ஊஞ்சல்"

அமர்ந்தாட வழியற்ற பின்னும் அலங்காரமாகவேனும் வாங்கிவைக்க வாய்த்ததே என்கிறபோது அது வாசகர்க்கும் சேருமொரு ஆறுதல். சங்கக் கவிதைகள் தரும் உணர்வாய் ஆங்காங்கு காட்சியும் கனதி உணர்வுமாய் பொதிந்த சில குறுங்கவிதைகள் யாரும் அமரா ஊஞ்சல் காற்றில் மெலிதாய் ஆடுவது போல் ஆடிக்கொண்டிருக்கிறது இத் தொகுப்பில்.

நுரை குமிழிகளுக்குள் மலையளவு உப்பு

கவிதைக்கான முகாந்திரம் என்ன...? ஆன்மாவின் அடியிலிருந்து எழும் குரல் தான் கவிதை எழுதியே தீர் என்று கட்டளையிடுகிறதா...? எப்படி எழுதப்பட்டதென்று தனக்கே தெரியவில்லை என்று வரைந்த ஓவியத்தை விலகி நின்று வேடிக்கை பார்த்து வியக்கும் ஓவியனின் விஸ்தாரத் தீற்றல் போன்றதா கவிதை...? குழந்தமை காலப் புகைப்படங்களை அடுக்கி வைத்துக்கொண்டு இது நானா, இதுவும் நானா, இதுகூட நான் தானா என்று அயர்ந்தயர்ந்து சரிகிற ஒரு கணத்தில் உள்ளே எதோவொரு இருளடியில் சடசடவென்று மூங்கில்கள் சரிந்து முறிவுற்றாற் போலொரு சப்தம் தோன்றுகிறதே...? காலதாமதமாய் முறிபட்டது மேலதிக வில்லேதுமாக இருக்கக் கூடுமோ?

என்னளவில் கவிதை என்பது குறளி. விக்ரமாதித்யனைத் தன் தோளில் தொங்கச் செய்தபடி இலகுவாகப் பறந்து திரிகிற மாற்று வேதாளம். கடவுளின் அறியாமை. எதொவொரு வருங்காலத்தின் பாவ-முற்பிறவியாகக் கூடக் கவிதை எழுதுகிற கவிதையை சதா சர்வ காலமும் நாடுகிற மனங்களுக்கு விதிக்கப்பட்டிருக்கலாம். ஒன்று மட்டும் நிச்சயம். கவிதை என்பது பிசகு. எந்த நேர் விஷயங்களின் பேரேட்டிலும் கவிதைக்கு இடமே இல்லை. கவிதையை நம்புவோர்க்கும் தான்.

கவிதை என்பது ஒருவிதமான பிரார்த்தனை முறை எனச் சொல்லத் தோன்றுகிறது. தெய்வத்தின் முன் நின்றுகொண்டு கண்மூடிப் பிரார்த்திக்கிற வினோதம். தெய்வமும் இறங்கிவந்து தன் கண்களை மூடி வரிசைக் கடைசியில் நின்றுகொள்ள ஏங்குகிற ரசவசீகரம். கவிதை காலகாலத்துக்கும் இருந்து கொண்டே இருக்கப் போவதான தூய விஷம். சுயத்தை அறுத்துப் பிறருக்குப் பகிர்பாகம் தருவதான தானமனம். மேற்சொன்ன யாவற்றையும் ஏற்றும் மறுதலித்தும் விளையாடியபடி வனமூடாடுகிற பித்து மிருகம். புரிந்தவரைக்கும் நல்லூழ்.

ரத்னா வெங்கட்டின் கவிதைகள் பூச்சற்றுக் கிளம்பித் திரும்புகிற விடுமுறை காலக் குழந்தை முகமாய்ப் பளீரிடுகின்றன. தனித்த மொழியைத் தேடி அலைகிற முனைப்போ வசியக் கலயத்தின் பலவர்ண மைகுழைத்துப் பூசி அடுக்குகிற சொற்தேட்டமோ கொஞ்சமும் இல்லாத இயல்பின் சொற்கள் கவிதைப்படுகின்றன. முகத்துக்கு நேராய் நோக்கியபடி கண்களில் லயித்துப் பேச விழைகிற யதார்த்தம் மொழியினூடாகப் பெருக்கெடுக்கின்றன. பொருட்படுத்தத் தகுந்த கவிதைகள் பலவற்றை ரத்னா தரவிழைகிறார்.

சூழல் எனும் ஒரு கவிதை இப்படி விரிகிறது

சிறு தழல் தான்
கடவுளின் வீட்டுக்குள்
சுடர்கிறது
மேய்ப்பனை விட்டு விலக
அடர் பொறியாய்
கூரை எரிக்கிறது
பொந்துக்குள் பூட்டி வைக்க
வனத்தை மேடாக்குகிறது

கடவுளின் வீட்டுக்குள் சுடர்கிற தழலைத் தேடிக் கொண்டு அலைவது சுகமான செயல்பாடு தான் இல்லையா...?

அநாயாசம் என்று ஒரு கவிதை இந்தத் தொகுதியில் எனக்கு மிகவும் பிடித்தமான கவிதையாக இதையே சொல்வேன்.

பெரு நிலங்கள்
விழுங்கி செமிக்காது
உமிழும்
நுரை குமிழிகளுக்குள்
மலையளவு உப்பை
இட்டு வைத்திருக்கிறது கடல்
ஆழியினடி குடைந்து மலைகளை பெயர்த்து
நுணுக்கி
சொட்டு திவலைக்குள்
உருள விடுகிறது விழிகள்

ரத்னாவின் மொழி சிக்கலில்லாத ஒருமையோடு விரிந்து செல்கிறது. நுரை குமிழிகளுக்குள் மலையளவு உப்புத் தேடிக் காற்று விட்டுக் காற்று அலைந்து திரிவது தான் சிலாக்கியம். வாசிப்பவனுக்குள் உப்புக்காற்று ஓங்கியடிக்கிறது.

வலியத் திணிக்கையில் இசை கேடாகும். தானாய் மலர்கிற பேரற்ற காட்டுப் பூவைப் போலவே இசைத் தன்மை கலந்து வருவது கவிதையின் பலம். ரத்னாவின் பல கவிதைகளில் இந்தச் சந்த விளையாடலைக் கண்டுகொள்ள முடிகிறது. சட்டுச் சட்டென்று காட்சிகளைப் புதுப்பித்துக் கொண்டே விரைந்தோடுகிற மொழி ரயில்களாய்ப் பல கவிதைகள் ரசிக்க வைக்கின்றன. மொழியைச் சரணடைகிற யாவர்க்குமான கலயம் தான் கவிதை. அட்சயம் நிச்சயமா என்பதைக் காட்டிலும் அன்னம் கிட்டுவது சத்தியம் என்பது தான் கண்டடைய வேண்டிய கூற்று.

எது நடுவில்
ஊர்கிறதென
தெளிவாகிற வரையில்
தாண்டவும்
எடுத்து எறிவதுமான
குழப்பம்
ஆயுள் பரியந்தம்

இந்தக் கவிதையின் ஈற்றுச் சொல்லான பரியந்தம் எனும் சொல்லை எடுத்துவிட்டு வேறேதாவது சரியாக இருக்குமா என்று தேடிப் பார்த்தேன். ஆயிரம் சொற்களை சலித்து மறுதலித்தபடி தான் மட்டுமே சரியாக்கும் என்று மீண்டும் மீண்டும் ஒலித்தோங்குகிறது ஒற்றைச் சொல். ஒப்புமில்லை மாற்றுமில்லை என்று ஒளிரும் போது தன்னைக் கூடுதலாக்கிக் கொண்டே தப்பிச் செல்கிறது கவிதை எனும் உயிரி.

விழி வழி என்று ஒரு கவிதை

அந்நிய முகங்கள்
புரியாத மொழி
வழக்கமற்ற சாலைகள்
தொடர்பிழந்த அலைபேசி
நடக்கையில்

> மறைக்கும் நீர் திரையை
> உறிஞ்சுகிற காற்றறியும்
> உன் நினைவின் கனதி

இந்தக் கவிதையில் வருகிற கனதி எனும் சொல்லைப் பற்றிக்கொண்டு நெடு நேரம் அமர்ந்திருந்தேன். இந்தச் சொல்லின் ஒரு பிரதியை எனக்குள் சேமித்துக் கொள்வேன். எப்போதேனும் எடுத்தாள்வதன் மூலம் ரத்னாவின் சொல்லொன்றை என்னுடைய சொல்லாகவும் ஆக்கிக் கொள்ள முடியுமல்லவா...?

மானுட வாழ்வெங்கும் சொற்களின் செல்வாக்கு அபரிமிதமானது. எல்லாச் சொற்களையும் எளிதாக எடுத்தாள்வதற்கில்லை. சில சொற்கள் தன் அர்த்தவிஸ்தாரங்களை நிகழ்த்தியடி தானும் நிகழ்கின்றன. அப்படியான சொற்களைத் தேடித் தேடி மாலை கோர்க்கும் வழிபடு மனம் ரத்னாவுக்கு வாய்த்திருக்கிறது. தானும் தன் மனமுமாய் அவரது கவிதைகள் மனதுள் மொழிதல்களாகவே பெருகிச் செல்கின்றன. கண்ணனைக் குழந்தையாகக் காணும் பாக்கியம் பெற்றவர்களுக்குக் கடவுளாகித் தருவதற்கென்று அவனிடத்தில் வேறேதும் பெரிதாய் விஞ்சியிருக்குமா தெரியவில்லை. கவிதையும் ஒருவகையான கடவுளாட்டம் தான் இல்லையா? குன்றாத ஆரவாரத்தையும் சலனமற்ற ஆழமைதியையும் ஒருங்கே தருகிற பெருவரமாகக் கவிதையின் கரங்கள் அமைவது கொடுப்பினை. ரத்னா வெங்கட் தனது கவிதைகளின் வழியாக மொழியின் சகல சாத்தியக்கூறுகளையும் கண்டடைவதற்காக அளவற்ற வாழ்த்துகளைத் தெரியப்படுத்துகிறேன்.

வாழ்தல் இனிது.

அன்போடு
ஆத்மார்த்தி

12.12.2024

என்னுரை

"எத்தனை ஆவேசத்துடன்
புரண்டெழுந்து பாய்ந்து தழுவி
முத்தமிட்டாலும்
துளி சிதைக்காது
திரும்பிச் செல்கிற அலையும்
துளியும் சிதையாது
கம்பீரமாய் நிற்கிற கரையும்

பச்சையும் நீலமுமாக
உள்ளிருப்பதை மறைத்து
ஒளி பிரதிபலிக்கிற கடலும்
வெண்மையும் நீலமுமாக
போக்குக் காட்டி
நிலம் தொடாத வானும்

நினைவுகளும் நிஜமுமாக
இறுகிப் போன சுயமும்
ஒன்றான பின்புலத்தில்
சலனமும் நிச்சலனமுமாக
நகராது நகர்கிற
இடைவெளிக்குள்
ஒளிந்திருக்குமொரு
பரிபூரணத்தின் இத கணம்…"

புறக்கண்கள் நிரம்பித் தளும்ப, அகத்திறப்பினை சாத்தியப் படுத்தி அப் பரிபூரணத்தின் சௌந்தர்யத்தை, அதன் நித்துவத்தை கற்பூர ஒளியில் பூடகமாகக் காட்டி, விழிகளில் ஒற்றிக் கொண்டு நிமிர்கையில் திரையிட்டு,

வசியங்களில் சிறைப்படுத்தி மறுபடி அனைத்தையும் சாதாரணமாக்கி விடுகிறது மாயை.

முழுமை என்ற ஒன்றைத் தேடுவதிலேயே தொலைகிறது வாழ்வு. அகமும் சுயமும் அதை சுலபமாகக் கண்டறிந்துவிட்டால் ஆட்கொண்டுவிடும் பூரணத்தை, மன மகிழ்வை, நிம்மதியை தொடர்ந்து அனுபவித்தவர் யார்?

வலிகள், வேதனைகள், துரோகங்கள், காழ்ப்பின் கனிவற்ற தகிப்பு, குற்றவுணர்வு கூடுகையில் இறுக ஆரம்பிக்கிற சுயம், ஒரு புள்ளியில் நொறுங்கித்தான் போகிறது.

நிகழ்வுகளும், சம்பவங்களும் அதிர வைத்து, உலுப்பி, உருமாற்றி, உடைத்து நகர, மருந்திடுகிற காலம், கற்பிக்கும் அனுபவங்கள் தேர்ந்த சிற்பியென சுயத்தை செதுக்கிக் கொண்டே இருக்கிறது. அதைப் புரிந்திருப்பதாலோ என்னவோ உடைய நேர்ந்தாலும் செப்பனிடும் வழிகள் கண்டுபிடித்து, தன்னை மீட்டு எடுப்பதற்கான உத்திகளை தேர்ந்தெடுத்துக் கொள்கிறது உள்ளம். திரட்டி எடுக்கப்பட வேண்டும் என்கிற எதிர்பார்ப்புடன் உடைகிற ஒன்றிடம், மந்திர உச்சாடனம் போல, கட்டளையிடுகிற தொனியில் ஒன்றை சொல்லிக் கொண்டே இருக்கிறேன்

உடைவது மாற்றம்
உதறுதல் அவசியம்
மெதுவாக (மெள்ள)
மென்மையாக (மெல்ல)
சாரலின் பூத்தூவல் போல,
மெல்லச் சிதறு... மா மாயே!

"The human heart has a way of making itself large again even after it's been broken into a million pieces."

எத்தனை எழுதினாலும், நதியும், கடலும், வானும், மழையும், பறவையின் சிறகொலியும், பட்டாம்பூச்சிகளும் புதிதாக எதையாவது காட்சிப்படுத்தி கவிதைகளுக்கும் தமக்குமான உறவை தக்கவைத்துக் கொள்ளத் தவறுவதேயில்லை.

ஒரு புகைப்படம் காலத்தின் சிறு துகளை உறைய வைக்க, அசாதாரண நிகழ்வுகளின் உள்ளுறைந்த உணர்வுகளை, அவை நிகழ்ந்த நொடிகளை, அவற்றின் உயிர்த் துடிப்புடன் வாசிப்பவருக்கு கடத்துகிற எளிய முயற்சிதான் கவிதைகள்.

கவிதை எழுத ஏன் தோன்றியது, எப்படி, எதற்காக என்ற கேள்விகளுக்கு பதில் இல்லை, அதைத் தெரிந்து கொள்ள முனையவும் இல்லை.

"Analysis destroys wholes. Some things, magic things, are meant to stay whole. If you look at their pieces, they go away."

வாசிக்கையில் ஆகர்ஷிக்கவும் நிரடவும் செய்கிற சில சொற்கள் எழுதப்படுகிற வரையிலும், வெகு காலமாக பேசப்படாது அமிழ்ந்து கிடக்கும் உண்மைகள் வெளிப்படும் வரையிலும் துரத்துகிற உத்வேகம் தவிர, கசப்பும் இனிமையுமாக சில அனுபவங்கள் தாண்டி எனதான ஒருலகில் சஞ்சரிப்பதும், அவ்வுலகில் எனதான எனது தனிமையும், அதன் வலியும், அது தருகிற கிறுகிறுப்பும் என நீண்ட பட்டியல் இட்டாலும், என்னை செலுத்துகிற ஏதோ ஒன்று என்னைக் கருவியாக்கிக் கொள்கிறது என்கிற எண்ணம் மட்டுமே ஒரு தொகுப்பை முடித்தவுடன் நிலைத்து நிற்கிறது. இதுவே நான் உணர்வு பூர்வமாக, உண்மையாகக் கண்டறிந்தது.

யோசித்து மற்றும் தலைப்புக்காக வலிந்து எழுதப்பட்டவைகளை தொகுப்பில் சேர்ப்பதில்லை. ட்ரெண்டிங் என்ற பெயரில் இருப்பை வலியுறுத்திக் கொள்வதில் உவப்பில்லை.

சதா சர்வ காலமும் கண்காணிக்கிற புத்தியைத் தாண்டி, கனிய வைக்கும் அன்பும், அதில் பிறழ்கிற மனமுமாக முரண்களின் வார்ப்பாய் களங்கமற்ற பூரணத்தை தேடித் திரிந்த அலைபாய்தலில் சிதறியதன் பலனாக கண்டடைந்த ஆன்ம தரிசனம்தான் இந்த எழுத்து.

வாசித்தலை விரிவு படுத்த வேண்டும் என்பதை திரும்பத் திரும்ப எனக்கு நானே வலியுறுத்திக் கொண்டு இந்த தொகுப்பு வெளி வர உறுதுணையாக இருந்த அனைவருக்கும் எனது நன்றியைத் தெரிவித்துக் கொள்கிறேன்.

தொடர்ந்து எழுத ஊக்கப் படுத்தும் எனது குடும்பத்தினருக்கும், நட்புகளுக்கும், தெளிவின் பாதையில் வழி நடத்தும் பாசமான அண்ணா

ரவி சுப்பிரமணியன், உடன் பிறவாத சகோதரர் பரிதி, தட்டியும், குட்டியும் சிந்தனையை மேம்படுத்துகிற தோழமை ஆத்மார்த்தி அவர்களுக்கும், இத் தொகுப்பின் வடிவமைப்பில் உதவிய திரு. ஜீவமணி அவர்களுக்கும் எனது அன்பின் நன்றிகள்.

புத்தகங்களின்
அணிவகுப்பில்
புதிதாய் ஒன்று சேர
புருவ உயர்வுகள் முன்னே
இதழ்க்கடையின்
வளைவுகள் பின்னே என
அளவீடும், மதிப்பீடுகளுமான
விமர்சனங்கள்
தாண்டி
உண்மையாய் சில பொய்களையும்
மாறாய் சில உண்மைகளையும்
பேசுகிற எளிய கவிதைகளின்
தொகுப்பு இது...

ரத்னா வெங்கட்
rathna1969@gmail.com

எச்சமென
நிற்க வைக்கும்
இடங்களில்
மண்டியிடவைக்கிற
நேசம்
தளையாகிற விசுவாசம்
இரண்டையும்
உம்மிடத்தில்
ஒப்புக்கொடுக்கிறேன்
ஏற்று விடுவிப்பீர்
ஆண்டவரே

o

அசரீரி

நிழல் தீற்றலாய்
ஒதுங்கியிருக்க
விச்ராந்தியாக
அமர்ந்திருந்த ஓட்டம்
நினைவுகளை
அசையிட்டுத் துப்பியதில்
சிதறியது
ஒளித்து வைத்திருந்த (கா)ரணம்
கறைகள் நல்லதென்றது
அசந்தர்ப்பமாக ஒரு குரல்...

துளி நதி

ஒரு துடைப்பில்
சுத்தமானது வானம்
மடிந்த குடைக்குள்
இடம் தேடியது
தவறிய மேகம்
மலையேறுகிற பேருந்தின்
ஆட்டத்தில்
காலடியில் வீழ்ந்த சிறுதுளி
ஏதோ ஒரு நதியின்
மிச்சமாக இருக்கலாம்...

அந்தம்

முடியுமெனத் தெரிந்ததுதான்
எப்படியென அறியாததால்
முடிவு என்று எழுதிவைத்து
பார்த்துக்கொண்டே
நின்றிருந்தேன்
உடனிருந்து
தள்ளிய நனவிலி மனம்
அறிந்திருக்குமா உன் கட்டளை?

பாதரசத்துளிகள்

நிறைந்து வழிவதை
அடியோசைகள்
நெருங்குவதற்குள்
சுண்டி எரிகிற வாக்கில்
புன்னகையை
ஒட்டவைக்க
கற்றுத் தேர்ந்திருக்கிறாள்
தரையெங்கும்
பாதரசக் குண்டுகள்
உருள்வதைத் தடுக்க இயலாமல்

வன்மம்

நேற்று உதிர்ந்த
அத்தனையும்
சேகரித்து
சிதைக்குள் வைத்தாயிற்று
பற்றவைப்பதற்குள்
எங்கிருந்தோ
கடத்தி வந்த
நிணவாடையையுடன்
சிதறடிக்கிறது காற்று...

பனு

மொத்தமாய் கொட்டி முடித்ததாய்
மேகம் நகர
பாரம் கழிந்ததென்பது
என் நினைப்பு
ஒளித்துவைத்திருக்கும்
சில துளிகள்
பொழிவதற்கல்ல என்பது
அதன் கணக்கு...

பரியந்தம்

ஆயிற்று
இதுதான் நிகழ்ந்தது
தாண்டிவிடு என்கிறாய்
எது நடுவில்
ஊர்கிறதென
தெளிவாகிற வரையில்
தாண்டவும்
எடுத்து எறிவதுமான
குழப்பம்
ஆயுள் பரியந்தம்

தண்டனை...

நீ எனக்குத் தருவதும்
நான் எனக்கே
அளித்துக்கொள்வதுமென
ரட்சிப்பின் இருவேறு
நரகக் கதவுகளால்
ஆனது

யாசகம்

தட்டுகிற வரையில்
திறக்கப்படுவதில்லை
தேவனின் கதவுகள்
தட்டியதன் பின்னர்
மூடப்படுவதே
மனதின் வாயில்கள்...

தொன்மச் சிறகு

வட்டமிடும் பருந்தை
கல்ப காலங்களுக்குப் பிறகு
தரிசித்ததாய்
'கிருஷ்ண கிருஷ்ண'
என்றொலிக்கிற
என் குரலின்
புராதனத்திற்கு
வயது சில நூறு

பூசல்

எனக்கான மேகம் ஒன்றை
நான் வரைகையிலெல்லாம்
சாம்பல் பூத்து கருநீலமாகி
மழையின் ஈரம் உறிந்து
உரிக்கிறது மேல் பூச்சை
என்னை விழுங்குகிற
வரவேற்பறையின் சுவர்

கண்ணி

காரணமற்று
அழுது ஓய்கிற
எதிர்வீட்டு டாமி
உச்சுக் கொட்டி
பரிதாபப் படுகிற
சுவர்ப் பல்லி
தொடர்பற்ற
நிகழ்வுகளுக்கிடையே
தொலை தூரக் கனவில்
சுருண்டு புரள்கிறது
கூடா உறக்கம்

சந்தேகம்

கொட்டித் தீர்ந்த பின்
வான் தெளியலாம்
காய்கிற வரையில்
குழம்பித்தான் கிடக்கும்
சகதியான நிலம்

சொல்லேன்...

விருப்பத் தேடல்களில்
காணாமல் போனதை
புரட்டுகளில்
கண்டு உணர்ந்ததை
முன்னே நின்று
கெக்கலி கொட்டும்
காலத்தின் பகடியை
தோளில் சுமக்கிற
வேதாளத்தின் எள்ளலை
இப்படி
அறிந்ததைப் பகிர்ந்தால்
தலை சிதறுமென்பதை...

உலர் வெளி

உலராதவற்றின்
பிரத்யேக மணத்துடன்
வெளியே உள்ளேயென
இடம் மாறும் நினைவுகள் ...
எங்கோ மையம் கொண்டு
கடக்கப் போகிற புயலுக்காக மூட்டமிட்டு
துக்கம் கொண்டாடிக்கொண்டிருக்கிறது
சிறு துண்டாகத் தெரியும்
எனது வானம்

தாக்கம்

கடந்ததை
கையிலெடுத்துப் போக வேண்டாம்
கடக்காத கரைகளில்
ஏதேனும் கிடைக்கலாம்
பற்றிக்கொள்ள
அழிப்பதென
நிர்ணயம்
செய்தபின்
மீட்டுருவாக்கலென்பதை
பேசித் தீர்க்கலாம
குறைந்தபட்சமாக
அடுத்த
பேரிடர் வரை ...

மறந்தாற் போலவே...

பழகிய தடங்கள்
தவிர்த்து
புதிய பாதைகள்
தேர்ந்தெடுத்தே செல்கிறேன்
தவறாமல்
எனக்கு முன்னே
வழிகாட்டுகிறது
உனது அரூப நிழல்.

விழி வழி

அந்நிய முகங்கள்
புரியாத மொழி
பழக்கமற்ற சாலைகள்
தொடர்பிழந்த அலைபேசி
நடக்கையில்
மறைக்கும் நீர்த்திரையை
உறிஞ்சுகிற காற்றறியும்
உன் நினைவின் கனதி

விளையாட்டு

துயரென்பது நிலவு
நினைவென்பது மேகம்
மண் அந்நியமானாலும்
வானென்னவோ
மிக நெருக்கமாக
மேகத்திற்குள் நிலவை
ஒளித்துவைத்து
வித்தை காட்டுகிறது

திருப்பம்...

எதிர்பாராத வளைவில்
மோதுகிற நெருக்கத்தில்
தோன்றியவனை
நானறியேன்
அவனும் என்னை
அறிந்திருக்க சாத்தியமில்லை
புன்னகை தெளித்து நகர்ந்தவனை
பதில் புன்னகையோடு
கடந்துவிட்டேன்
காரணமற்று
இந்தக் கவிதையில்
நுழைந்தவனை
நீங்களும் கடக்கக்கூடும்
பிறிதொரு திருப்பத்தில்...

ஒட்டுத் தையல்

நீண்ட அலகுடன்
வான் கிழித்துப்
பறந்தது ஒரு பறவை
மறுதிசை நோக்கி
பிறழாத லயத்தில் கூடி
இறகுகளசைத்தவாறே
புலம் பெயர்ந்தன சில
நீலமும் வெண்மையுமாக
நிறமற்றதாகத் தன்னை
காட்டிக்கொள்ளும்
பிரயத்தனத்திலிருந்தது
ஒட்டுப் போட்ட வானம்

காரணி

தூரத்தில் தெரிகிற
மலை முகட்டில்
கிளையசைத்து
சிறகடித்துச் சென்ற
பறவை
ஒருபோதும் அறியாது
நீர்த்தாரையின் வீழ்ச்சிக்கு
காரணம் யாரென்று...

அகால தரிசனம்

அசந்தர்ப்பமாய்
தனக்கிடப்பட்ட
மீச்சிறு மணித்துளிகளை
சுழற்சியின் உதிரியாக
கடைசிவரை
வாழ்ந்து பார்க்க
தாழப் பறந்துகொண்டிருந்த
பட்டாம் பூச்சி
அபூர்வ இனமில்லை
அதனாலென்ன...?

எப்போது?

மழைக்கவிதைகள்
சாரலடிக்கிற வெளியில்
மூட்டம் கலைக்கிற
வெய்யில் உறைக்க
சிறு பொழுதுகளின்
அளப்பரிய இதம்
குற்றம், குறைகள்
குறுகுறுப்பற்ற மகிழ்வாய்
உணர்வதெப்போது?

உத்தேசம்

உனது வீட்டிற்கும்
எனது இருப்பிடத்திற்குமான
தொலைவு என்னவென்றேன்
மழையற்ற நாளெனில்
இருபது நிமிடங்களென்றாய்
மனமற்ற நாட்களில்...?
கேள்வியை குடையாக்க
வலைத்தளம் ஆங்கிலத்தில்
Did you mean 'on a normal day'?
என்க
சாரல் சுரீரென இறங்கித்தைத்தது

முகவரி

சாலையென்பது
வழிகாட்டுவது
சேருமிடம் சேர்ப்பது
நீயும் நானும் நடந்த
களவுப் பூக்கள்
இறைந்திருந்த
திரும்ப வழியற்று
மலை முகட்டில்
தள்ளிய தடத்திற்கு
மூன்று ஜென்ம பந்தமென
பெயர் மாற்றப்பட்டது
எழுதப்படாத கடிதங்கள்
மழை கொட்டுகிற நாளில்
சேர்வதற்காக மட்டுமே

அநாமதேயன்

இல்லாத ஒன்றின்
இருப்பை நினைவுறுத்துவதால்
நீ கடவுளென்பாயா?
இல்லை இல்லை என
அறிவுறுத்துவதால்
நீ மனிதனென்பாயா?
காணாத ஒன்றினுக்கே
அப்பெயரெனில்
காரணமான உனக்கென்ன பெயர்?

அறியாப்பிழை

கைமாற்றும் கசங்கல்
கூட இல்லை...
மலர்ந்த இதழுடன்
கை நீட்டித் தாவுகின்ற
குழந்தை போல
நீ கைப்பிடித்த கணம்
ஒட்டிக் கொண்டது
உள்ளம் உன்னிடம்.

பரிகாரம்

இறந்த ஒருத்தியை
சுமந்து அலைந்தேன்
உன் இதழ் தொட்ட
விநாடியில்
கரைந்து மறைந்து
சாபமானாள்.

அவஸ்தை

பார்க்கிற நொடிவரை
துள்ளுவதும்
இதோ... இதோ என
இறங்குமிடம் நெருங்குகையில்
சுருண்டு துவள்வதுமாய்
எதிர்பார்ப்புகளின்
இனிமையும், கசப்புமாக
புதிய ருசியில் வெந்து
குழையும் மனம்.

ரகசியம்

துளைக்கிற குளிருக்கும்
கம்பளிக்கும்
பகையென்றே
நினைத்திருந்தேன்
ஒன்றின் தீண்டுதலில்
மட்டுமே
மற்றதொன்று
உயிர்த்திருக்குமென
அறியும் வரை ...

ஓரிழை

இருளும் ஒளியும்
நிழலும் நிஜமும் கலந்து
மறைமுகமாக
இணக்கமாகத் தீட்டப்பட்ட
மறுக்க இயலாத
மிகத் தீவிரமான
முரண்களின் வார்ப்பாக
ஒரு பந்தம்
நம்மிடையே ...

உபசாரம்

நனைக்காத மழை
பொழிகையில்
நனையாத குடையுடன்
வந்தவரை உபசரிக்க
ஒரு மிடறு பருகுகையில்
உறியப்படாத
தேநீருக்கு
சுவையில்லை என்றார்
கோப்பைக்குள் கொதித்ததற்கு
குளிர்விட்டுப் போனது

உதாரணம்

நனைப்பதும்
நனைவதுமாய்
காற்று அலைபாய
நினைவுகளை
நிறுத்திவைத்து
தன்னிச்சையின்
சீரற்ற மாதிரியென
உன்னைத்தந்தது
காலம்...

போதம்

நனைவது மழைக்கும்
நனைப்பது எனக்கும்
தீராத மோகமென
தெள்ளிய இலக்கணப்
பிழையென
தெவிட்டுகிற இனிப்பின்
உள்ளூறையும் கசப்பென
சில பல யுகாந்திரங்களின்
தொட்ட குறையென...

you have lost it dear...

நனையாது நடக்க
ஒரு முறையேனும்
நனைந்திருப்பது உசிதம்
நனைவதை ரசிப்பது விருப்பம்
நனைத்துவிடென வேண்டுவது எதிர்பார்ப்பு
நனைவதை விடுவது திண்ணம்
நனைந்ததை மறப்பது தனிப்பட்ட தேர்வு
நனைந்ததை மட்டுமே நினைப்பது தடுமாற்றம்
நனைந்தேதான் ஆகவேண்டுமெனில்...

அற்பாயுள்...

அழன்று வதைக்கும்
இரப்பைகள்
கண்ணோரம் கரிக்கிற உறக்கம்
மழை தட்டிய ஜன்னலோரம்
பறித்தெறிந்த மின்னல்
துணுக்குற்ற இருளுக்குள்
வீழ்ந்த கனவுக்கும்...

பேரமைதி

மடக்கி நெறித்த
விரலின் சொடுக்கு
கிழித்த அமைதிக்குள்
பெருவெளியின் பொருமல்
அமுங்கிப் புதைய
துண்டானதை மறைக்க
கிடுகிடுத்து அடங்கும் அண்டம்

உத்வேகம்

உயர்ந்தெழுந்த
அலைகளுக்குள்
ஆர்ப்பரித்த தன்மானத்தின்
சாயல்
ரௌத்ரமெனில்
புரண்டு புரண்டு அடங்கி
நிலம் தொட்ட மாத்திரத்தில்
மண்ணைக் குழைத்துப் பூசிமெழுகி
பாதம் முத்தமிட்டுத் திரும்பும்
நிறமற்ற நீர்த்த
ஒன்றினுக்குப் பெயரென்ன?

அநாயாசம்

பெருநிலங்கள்
விழுங்கிச் செமிக்காது
உமிழும்
நுரைக் குமிழிகளுக்குள்
மலையளவு உப்பை
இட்டுவைத்திருக்கிறது கடல்
ஆழியினடி குடைந்து
மலைகளைப் பெயர்த்து
நுணுக்கி
சொட்டுத் திவலைக்குள்
அநாயாசமாய்
உருள விடுகிறது விழிகள்

பழக்குதல்

பழக்கு
எனக் கட்டளையிடுவதை
மந்திரச் சொல்லாக்கி
ஏமாற்றுகிறது மனம்
ஓடுகிற நாய்மேலெறியும்
கல்லென...

நின்று முறைத்து
பல் தெரிய
உறுமி பயங்காட்டுவதும்
பின்னங்காலில்
வாலொடுக்கி
தீனமாய்க் குரைத்து
நாலு கால் பாய்ச்சலைத் தொடர்வதுமாக
அலை பாய்கிறது புத்தி

உன்னதம்...

உன்னதம்
என சன்னதத்தில்
பிதற்றுகிற
நாவுக்கும்
பின்னம் பேதம் பித்தம்
என்று ஜெபிக்கிற
மூளைக்குமான
நரம்பு அறுபட்டு
நாற்சந்தியில் கிடக்கிறது
ஒட்டாத புள்ளியில்
தன்னைப் பொருத்தி
ராசலீலையின் நுணுக்கங்களை
கிறங்கி அனுபவித்து
எத்தனை காதல்களடா உனக்கென
கண்ணனை வியக்கிற உலகு
முகஞ்சுளிக்கிறது என்னை

விபரீதம்

மிதமான அழுத்தம்தான்
பற்றிய விரல் வழிப் பாய்ந்த மின்னல்
காலத்திற்கும் நிறக்குருடாய்
ஆக்கியது துயரெனில்
சிதறி உமிழாத அமரிக்கையுடன்
கனலைப் பொத்திப் பொத்தி
எரிமலையை
உறங்க வைத்திருப்பது
அபரிமிதமான விபரீதம்

மாற்றம்

"மழைக்கும் குளிருக்கும்
யாதொரு சம்பந்தமுமில்லை"
வறண்ட பாலையைக் கடந்த
இரவொன்றில்
தோன்றியதை
துப்பட்டியை இழுத்துமூடிப்
பற்கள் தந்தியடிக்க
நிலவுடன் கதைக்கையில்
பிதற்றியதை
பிறிதொரு மழைநாளில்
வாதையில் முடங்கியபின்
மாற்றிக்கொண்டதை ...

வேறுலகத் தொடர்பு

இடி, மின்னலுக்கும்
எனக்கும்
பன்னெடுங்காலமாக
ஓருறவு உண்டு
விழும் முன் தெரிவதில்லை
வீழ்கையில் பிளந்ததை
உடன் இருண்மையில் மூடி
வீழ்ந்த பின்னர் ஏற்படுத்தும்
வெற்று அரவமெல்லாம்...

சூழல்

சிறு தழல்தான்
கடவுளின் வீட்டிற்குள்
சுடர்கிறது
மேய்ப்பனை விட்டு விலக
அடாத பொறியாய்
கூரை எரிக்கிறது
பொந்துக்குள் பூட்டிவைக்க
வனத்தை மேடாக்குகிறது

கூண்டு

நீதானா என்கையில்
மறுதலித்து
நீயே தான் எனச் சுட்டுகையில்
பாதிக்கப்பட்டதாக
கதறுகிற பச்சாதாபம்
சுயநலம் ஒரு துளி சேர
மறுபடியும் துரோகிக்கிறது

சமாதானம்

இனி இறங்கப் போவதில்லை
என்ற வைராக்கியத்துடன்
சிமிட்டாத இமைகளுக்குள்ளே
ஒட்டாது சுழலும் சிறு துளியை
அத்தனை இதமாய்
சமாதானப்படுத்திக்
கொண்டிருக்கிறது
காற்றளையும் சிற்றலைகளின்
சலம்பலைத் தாண்டி
கண்ணெதிரே
தளும்பிக்கொண்டிருக்கிற ஏரி

தள்ளுபடி

விலகிட நினைக்கையிலெல்லாம்
சுழன்றெரிக்கும் தீர்மானத்துடன்
வட்டமிடும் துயரில்
சிறிதென்றும் பெரிதென்றும் ஏது?
இனியதொரு விதி செய்யப்படுமெனில்
துயரங்களுடன்
'இலவச இணைப்பாக
சில சதவிகிதங்கள் மறதி'
என அறிவிக்கவும்

இங்கிதம்

தரையோடு ஒட்டிக் கிடந்தது
ஒற்றைச் சிறகு
மண்டியிட்டு
நுனி விரலால் வருட
நிலம் வெளியாகி
நான் பறவையாக...
இங்கிதம் உணர்ந்து
சுற்றி நகர்ந்தது காற்று

ஒன்றே சிவம்

ஓட்டுக்குள்
தன்னை உள்ளிழுத்தே
பூட்டுகளுக்கான
சாவியைத் தேடுவது நிற்க
கலங்கிப் பின் தெளிந்தால்
தெரியப் போகிறது
நதி நதிதான்
குளம் குளம்தான்
ஓடுவது நின்றாலும்
நின்றது ஓடினாலும்
நீரென...

மெல்லச் சிதறு

கிழித்துப் போடும்
வலுவுடன்
சுழன்றடிக்கிறதை
எதிர்த்துப் போராடுகையில்
செவிப்பறை கிழிக்கிற
ஓங்காரத்தை
எதிர் மொழியாக்குகிறது
சுவாசத்தில் நிறையும் காற்று
ஊழியின் அதகளம்
அசைக்காததை
ஒற்றை உதாசீனம்
நொறுக்கிப் போக
பிரம்மப் பிரயத்தனத்தின்
முடிவிலியில்
சிதறுண்டதெல்லாம்
ஒட்டுவதேயில்லை ...

வஞ்சம்

கிளைகளுக்குள்
தற்காலிகமாக
பூத்த நிலவின்
இரவல் பிரகாசத்தில்
உதிர்ந்த இலைகளுடன்
விக்கித்து
நின்ற இரவில்
காணாது போன இருள்
நிலவற்ற நாளில்
தீர்த்தது கணக்கை
எப்போதும் உடனிருக்கிற
நட்சத்திரங்களையும்
காணாமலடித்து.

சாபம்

வருடலில் பூத்ததை
வாடா வகை செய்ய
மெய் தீண்டி
முனைந்தாலும்
உதிர்வதற்கான
காரணமும்
தானென்றானதில்
மனமுடைந்தது
நில்லாது நகரும்
சாபமுற்ற காற்று.

நினைவாய்...

திசையறியாது
நூற்றுக்கணக்கான கால்களுடன்
உள் நுழைந்து ஊர்ந்து
தடுக்கையில் சுருண்டு
உனக்கு அருவருப்பையும்
எனக்கு பிழைத்தலின்
அவசியத்தையும்
இருத்தலின் சங்கடத்தையும்
ஒரு சேர உணர்த்தி
முறத்தில் அள்ளித் தள்ளுமுன்
கடைசியாகத் தலையுயர்த்தி பார்த்து மறைந்தது

சாக்கு

காலமின்மை, நேரமின்மை
அதோடு இன்னும்
ஒரே ஒரு இன்மையை
சேர்த்துவிடு
போதும்
முடித்துவிடலாம்
காலநேரத்தோடு...

இளமை

நீவுகையில் நரம்புகளுக்குள்
சிலிர்ப்புணர
சருகுக்கான சரசரப்பு
இன்னமும் கூடவில்லை
சற்றே பழுப்பு கலந்ததால்
உதிரச் சொல்லி
பிடிவாதம் பிடிக்கிற காற்றுக்கு
எப்படிப் புரியவைப்பது?

குமிழி

கனத்த
பொருள் செறிந்த
ஆசுவாசமும்
அமைதியும் நிறைந்த
மொழிகள் அவசியமற்ற
மௌனத்தை
சந்தித்தே இராத வரையில்
நான் சுமப்பது
இரு சொற்களுக்கிடையிலான
தற்காலிகப் பிரிவு
ஊதுகையிலேயே
உடைகிற குமிழி...

விரயம்

விரயமென
முணு முணுக்கையில்
சுழன்றது பூமி
எழும்பியும் வீழ்ந்தும்
கீற்றுகளால் அரவணைத்து
உயிரோம்பியது பரிதி...
காலம் பறித்துக்கடக்கையில்
காற்று மென்தடவலாய்
கன்னங்களை வருடியது...

சுயமி

முகடுகளில் குங்கிலியமிட்டு
தலைகோதிக் கிடக்கிறது
வனப்பும் செழிப்புமாய்
மலைத் தொடர்
விழி விரிய எடுத்த சுயமிக்குள்
சலனமற்று உறைந்திருக்கிறது
உள்ளூர்வாசியின் முகம்

ஆதூரம்...

யாமத்தின் இருளில்
பனிப்போர்வைக்குள்
என்றோ எரிந்து முடிந்த
வார்த்தைகள்
கதகதப்பு வேண்டி
ஒண்டித் தவிக்க
ஒருசேரக் கைகளில்
அள்ளியணைக்க ஆனது
முடிவற்ற புனைவாக

கணிப்பு

யாரோ யாருக்கோ
எழுதிய
காதல் கடிதத்தை வாசிக்கிற
அநாகரிகப் பரவசம்
எனது புன்னகைக்கான
அர்த்தம் கண்டுபிடிக்கிற
உங்களின் திருப்தியில்

வலைப் பின்னல்

நானும் நீயும் என்றதொரு
தலைப்பிட்டு
இருப்பும் இருப்பிடமும்
தேடுகையில்
இறந்தகாலம் காட்டி
இடம் மறைத்து
இறுதி வரை
உயிர்த்திருக்குமென்றது

கொடை

பேச்சு சுவாரசியத்தில்
கண் சுருக்கி
கைப்பை துழாவி
நூறா பத்தா
நிர்ணயித்து நீட்டுமுன்
பச்சை ஒளிர
வண்டி நகர
புறங்கழுத்தில் இன்னமும்
குறுகுறுக்கிறது
கையேந்திய முதியவரின்
பார்வையற்ற விழியும்
கையாலாகத மெத்தனமும்

இரட்டை

நிலைத்த கட்டத்திலிருந்து
நகர்த்தி
திசை மாற்றிச் செல்பவர்களை
நிழலெனத் தொடர்கிறது
விதரணையற்ற விசுவாசம்

என்னை...

ஆழ் மனதின் அடுக்குகளில்
புதைக்கப்பட்ட
நிராசைகள்
மண்டியிடுகிற சுயநலத்தின்
பசப்பலில் உயிர்த்து
முடிவற்ற தேடல்களுக்கும்
பரீட்சார்த்த முயற்சிகளுக்கும்
அனுமதி கேளாது
தன்னைக்கொடுத்து
கூடவே கூட்டாளி ஆக்குகிறது...

விடியல்

ஒரு கனவிலிருந்து
வலிய உலுக்கப்பட்டு
துரத்தப்பட்ட இருளில்
துணையானது
மெழுகுவர்த்தி
வேறு வழியின்றி...
அலைபாயும்
ஒற்றைச் சுடர் சாட்சியாக
விரலில் ஒட்டிய மெழுகும்
நானும்
பரஸ்பரம் கேட்டுக்கொண்டது
"உருகி வழிந்து
சாதித்தது என்ன?"

விட்டும் விடாது...

ஒற்றை அகல் கொண்டு
சிறிதும் பெரியதுமாய்
விளக்குகள் ஏற்றி
வட்டக்கோலத்தின் நடுவில்
வைத்தே திரும்ப
விரல் நுனி பற்றி
கூடவே நடந்தது இருள்

நன்மை

வனமென்பது
விருட்சங்கள் நிறைந்தது
செழித்த கிளைகள் தாழ
இலைகள் மூடி
ஒளி பெய்து
சாரல் வடிகட்டி
ஈரம் தக்கவைத்து...
தீதிற்கான வரம்புகளை
நிர்ணயித்தலில்
ஏதோ ஒரு நம்பிக்கையின்
சுழற்சி காப்பது...

பொய்

அளந்து அளந்து
உண்மையைக் கொட்டினாலும்
ஒற்றைத் துழாயென
தராசுத் தட்டைக்
கீழேயே வைத்திருக்கிறது

மா(நா)ற்றம்?

மகிழம்பூவின் மணமாய்த்தான்
இருந்தும் இல்லாதது போல இருந்தது
மட்டிப்பால் பத்தியின்
உமட்டாலனது
முதன் முதலாய்
நுகர்ந்த கணம்

புலன் மயக்கம்

கடைத்தேற்றும் வழிக்கு
கண்கண்டதென
உருப்போட்டு உள்ளேற்றியதை
ஓருருட்டலில்
உறியிலிருந்து சிதறடித்தது

ஒற்றைப் பொய்தான்...

சொல்வதற்கு
பலவிதமான
முகமூடிகள்தான்
அவசியமாகிறது...

ஊசலாடுகிற பாலமாய்
இணைக்கிறது
மெய்நிகர் பெருவெளியை...

அவசியம் உனதெனில்
நன்மை பயக்கிறது
என்னைப் புறந்தள்ளி...

திறனின் அளவு கூட
ஒன்றாகவும் பலவாகவும்
திரிந்து வெல்கிறது

நிர்ப்பந்தம்

நிராகரிப்பின் ஏற்பில்
புரிதலை புறக்கணிப்பிற்கும்
பரிவை துரோகத்திற்கும்
பகிர்ந்தளிக்க
நிர்ப்பந்திக்கிறது
நிதர்சனம்...

சரியென்று நிரூபித்து
சத்தியமாக நடந்து
நியாயத்தின் பெயரில்
மனசாட்சி விடுதலை பெற
மகிழ்ச்சி தொடர்வதில்லை
மன்னிப்பு நிலைப்பதுமில்லை...

இன்னும் ஒருமுறை சொல்

உற்றுநோக்கும் விழிகளை
சந்திக்க இயலாது
சிரம் தாழும்
குரல் உடையும்
இன்னும் ஒருமுறை
நொறுங்கித் திரும்புவது
கனவில் வதைக்கும்
சொல் நின்று கொல்லும்...

சீண்டல்

இறுக்கத்துடன் அலைகிற
மேக முகம்
மாறிக்கொண்டே இருக்க
ஒரு தொடலில்
பொழியப் போகிறதற்கு
வீம்பும்
வைராக்கியமும் எதற்கு?
உரசி நகரும் எள்ளல் உடைக்க
பொருமிவீழ்வது
பித்தின் பேரவஸ்தை...

சந்தர்ப்பம்

தவறுகளுக்குள்
தொலைந்து போனவளை
கண்டுபிடிக்கும்
முயற்சியிலிருக்கிறாய்
மீள்வது
மீள்வதை இல்லையென
ஊர்ஜிதமாகாத வரையில்
கல்லாயிருப்பது
உத்தமம் என்பதவள் நினைப்பு

இடை வெளி

அமர்ந்து ஆடுவதற்கான
ஆசையைத்
தொலைத்த பிறகே
வாங்கிவைக்க முடிகிறது
அலங்காரமாக
ஓர் ஊஞ்சல்

வட்டம் வரைக...

இடமிருந்து வலமா?
வலமிருந்து இடமா?
குழப்பக் கேள்வி
உதிக்கிற நொடி வரை
வட்டங்கள் எளிதில்
வரையக் கூடியவை தான்...

தேடினால்...

நினைப்பதை
சொல்வதற்குள்
தீண்டி
மறைப்பதை
நிர்ணயிக்கும்
கால சர்ப்பம்
குறைப்பதே இல்லை
தன் வீரியம்...
உரித்த சட்டைகளுக்குள்
ஒட்டிக் கிடக்கலாம்
பளபளப்பற்ற உண்மைகள்

இனியில்லை

குரோதமில்லை
உமிழ்ந்த
கந்தகப் புகை
வளையத்துள்
கரியமில
வார்த்தைகள் சுழல
குமுறிக் குமுறி
அடங்குவதாக
போக்குக்காட்டினாலும்
பேரன்பெனும் பிணி
வெடித்துச் சிதறுவதை
தடுப்பதற்கான
சாத்தியங்கள் இல்லையினி...

சாகசம்

இழப்பின் வசியம் அறிவாயா?
எனக் காற்றுவாக்கில்
கேள்விகளாய்க் குடைந்தது
மகரந்தம் மொய்த்த வண்டு
இருப்பின் இதம்
உதிரும் மீதமென
தினம் நிகழ்த்தும் சாகசத்தை
மொழியின் அவசியமின்றி
போதித்தது சிறு பூ

புரட்சி

சுட்டு விரல் அசைவில்
வனத்தை அப்புறப்படுத்தி
பேரழிவை நிகழ்த்தும்
புறக்கணிப்பை
மன்னித்து ஏற்றுக் கொள்
என போதிக்கையில்
மாற்றங்கள் நிகழலாம்
பொங்கிச் சினத்தல்
புரட்சியாகலாம் என்பதே
எம்மொழியிலும்
எழுதப்படாத பெரு விதியாம்...

வெற்று மொழி

வாசல் வந்த கனவும்
நேயமும் நினைவும்
சகலமும் நீயே
தொலைவென்பது
இடையிலிருக்கும்
வெற்றுப் பரப்பின்
நீளமென்கிறாய்
மண்ணும் மரமும் மனிதரும்
அவர் செய்த விதிகளுமாய்
நிறைந்திருக்கிற தூரத்தை
என்ன செய்து கடப்பாய்?

பசப்புதல் அறியாது...

ஓருரசலில் பொரிந்து
பொருமித் தீர்த்த பின்
புன்னகைக்க முயன்று
தோற்றுக் கொண்டிருப்பவளை
கூண்டிலேற்றுகிறாய்
ஏனென்றே கேட்காது
தண்டனையை
ஏற்றுக் கொள்ள
முன் வருபவளை
என்ன சொல்லிக் கடப்பாய்?

பேதமை

எல்லாமே கனவு போலிருக்கிறது
எனப் பிதற்றியதும்
கனவாகிப் போயிருந்தால்
அதிகாலைகள்
சுபமாகியிருக்கும்

நேற்றைய மழைத் துளிகள்
நாளைய தேவைகளுக்காக
தேக்கப் பட்டது
தொலை நோக்காகலாம்
நினைவுகளை சேமிப்பது
முடக்குவாதத்திற்கான
முதல் அறிகுறி

திரிபு

துர்ச்சொப்பனங்களுக்கும்
சொப்பனங்களுக்கும்
அப்படியொன்றும்
வித்தியாசங்களில்லை
ஒன்று முடியவும்
மற்றொன்று
முடியாதிருக்கவும்
சூழும் பதட்டம்
தொற்றுவதைத் தவிர
வேறு ஒற்றுமைகளும் இல்லை

மாறாட்டம்

மேய்ப்பனின் மந்தையினின்று
விலக வைப்பது எதுவோ
தேவனின் வடிவில்
நடத்திச் செல்வதும் அதுவே
சரண் புகுதலின் எல்லைகள்
என்றென்றும்
சர்ச்சைக்குரியவையென
முள்வேலிகள் தாண்டுகிற
வெள்ளாடுகளின் மூளைக்கென்னவோ
உறைப்பதேயில்லை...

வாழ்க்கை

மீண்டும் ஒருமுறை
ஆரம்பத்திலிருந்து
வரிசைப் படுத்தி வர
இடறும் நினைவுகளில்
தொடர்ச்சியை மறந்து
எத்தனை முறையெனும்
சலிப்புத் தடவிய
நார்த்தையைக் கடித்து
நீர் மோர் அருந்துகிற
ஆசுவாசமே...

தோற்றப்பிழை

பிரவாகமாய்
நனைத்து நகர்கிறது வெயில்
ஊர்ந்து கடக்கிற அதன் முதுகில்
விரல்கள் குவித்து
மெல்ல வருடிப் பார்த்தேன்
நக நுனிகள் பொசுங்க
குழப்ப ரேகைகள் குளிர
சிறு அணிலென
கம்பீரமற்று பதறிக் குதித்தது
கை உதறஉருண்டு
தகித்த வெப்பத்தில்
வழுக்கிச் சுருண்டது
பம்மி நீளும் நிழல்

உனக்கென்ன...?

இல்லையென்ற
அவர் முடிவுக்குள்
இருக்க வேண்டுமென்ற
மன அரிப்புக்குள்
இருக்கக் கூடுமென்ற
புறணி பேசுகிற ஆவலுக்குள்
இல்லாது. இருந்து
விட்டும் விடாது
பட்டும் படாது
தொடர்கிறது
நிழலின் வடிவாய்
குறை...

நம்பிக்கை

மழை வருமென்கிறது
சிறு பறவை
ஆம் ஆமெனத் தலையாட்டுகிறது மரம்
வந்தேன் வந்தேனெனக் கூடுகிறது மேகம்
கலைப்பேன் என
அடம்பிடிக்கிறது காற்று
ஏங்கித் தவிக்கிறது மண்
நேரும் எதிருமாகப் பொருதும்
எண்ணங்கள்
பளீரெனக் கண்பறிக்க
கொட்டி முழக்குகிறது வானம்
தாளாது பொழிந்து
மேலேகுகிறது மேகம்
வனம் கிளர்ந்து
சிற்றோடை நழுவி உருகியோட
பெரும்பாறைகளை உருட்டி வீழ்கிறது அருவி

சும்மா

எப்போது நலம் விசாரித்தாலும்
சும்மா இருக்கிறேன்
என்பவன்
ஒரு சும்மாவுக்கும்
மற்றொன்றுக்கும் இடையே
சாதிக்கும் அவஸ்தையிலிருக்கும் எனக்கு
எதையோ கற்றுத்தர முயல்கிறான்
இப்போதெல்லாம்
சும்மா இருத்தலைப் பழகும்
பிரயத்தனத்திலிருக்கிறேன்.

என் இறையே...

கருவறையின்
இதமான இருளுக்குள்
அசைகிற சிறு ஒளிச்சுடரென
புரியாப் புதிரின் கீற்று
உன் புன்னகை
புறத்தே புரண்டு
ஆர்ப்பரிக்கிற
அலைகளின் மொழி
உனதன்பு
சிறுபுள்ளின் சிறகசைவில்
சிதறிய நோக்கை
பெருவெளியென்னும்
மாயத் திரையில்
சிறைப்படுத்துகிற அதிசயம்
உன் கருணை
எங்கும் எதிலும் நீயிருக்க
தேடுகிறேன் உன்னை
தலம் தலமாக...

உண்மையானது
கடவுளின் கைகளிலொரு
கண்ணாடியாக இருந்தது...
அது நழுவி விழுந்து
உடைந்து சிதறியதும்
அனைவரும்
ஆளுக்கொரு துண்டை
அதிலிருந்து
எடுத்துக்கொண்டனர்...
அதைப் பார்க்குந்தோறும்
தங்களிடம் உண்மை
இருப்பதாக அவர்கள்
எண்ணிக்கொண்டார்கள்...

- மௌலானா ரூமி